LEARN

Vietnamese

WORDS

BY M. J. YORK • ILLUSTRATED BY KATHLEEN PETELINSEK

The Child's World
childsworld.com

Published by The Child's World®
1980 Lookout Drive • Mankato, MN 56003-1705
800-599-READ • www.childsworld.com

Acknowledgments
Translator: Trang Diem Tran, MA, Lecturer in Vietnamese,
Department of Asian Cultures and Languages,
University of Wisconsin–Madison

ISBN 9781503835801
LCCN 2019944692

Printed in the United States of America

ABOUT THE AUTHOR

M. J. York is a children's author and editor living in Minnesota. She loves learning about different people and places.

ABOUT THE ILLUSTRATOR

Kathleen Petelinsek loves to draw and paint. She also loves to travel to exotic countries where people speak foreign languages. She lives in Minnesota with her husband, two dogs, and a fluffy cat.

CONTENTS

Introduction to Vietnamese

Vietnamese is a Southeast Asian language. Some words come from Chinese. It is similar in some ways to Thai, the language of Thailand.

Vietnamese has more than 75 million speakers. Most live in Vietnam. But some live in Cambodia, Laos, and parts of China. Others live in France, Australia, and the United States.

Vietnamese uses the same alphabet as English. A few letters are different. The alphabet is called *Quốc Ngữ*. It uses many types of accent marks. This book presents Vietnamese as spoken in Saigon in the south.

Vietnamese is a tonal language. Tones are described as rising, which is going up in pitch, or falling, going down in pitch. Accent marks show the tone of a syllable. *Ma* in a steady tone means "ghost." But *má* in a rising tone means "mother."

Tones

- a steady
- à low tone, falling
- á mid tone, rising, tense voice
- ạ mid tone, falling
- ả mid tone, falling and rising
- ã mid tone, rising, creaky voice

Alphabet

a	ah
ă	ah
â	uh
c, k	k
d	z
đ	d
e	eh
ê	aye
g	g as in goat
i, y	ee
o	o as in or
ô	oh
ơ	e as in herd
s	sh
u	oo
ư	uh
x	s

The letters b, h, l, m, n, p, q, r, t, and v are pronounced as in English.

Combinations

gi	y in the south (z in the north)
ng	like the -nga- in long ago
nh	nyi
ph	f
ch	tsh

My Home
Nhà của tôi
(nyàh kỏoah toy)

garage
cái nhà để xe
(kái nyàh dey se)
car
xe hơi
(se hoi)
I live in an apartment.
Tôi sống trong một căn hộ.
(toy showng trawng mọwk kang ho.)
MORE USEFUL WORDS
I live in a house.
Tôi sống trong một ngôi nhà.
(toy showng trawng mọwk ngoy nyàhh.)
Where do you live?
Bạn sống ở đâu?
(bahng showng uh dow?)
dog
con chó
(kon jáw)
garden
khu vườn
(khoo vuoon)

In the Morning
Vào buổi sáng
(vòw booiy sháng)

comb
cái lược dài
(kái look zàhy)
Good morning! It is seven o'clock.
Chào buổi sáng!
Bây giờ là bảy giờ.
(bchahw booiy sháhng!
baiy yeh làh bảiy yeh.)
closet
cái tủ quần áo
(kái tỏo kwin ów)
brush
cái lược tròn
(kái look trawn)
shirt
cái áo sơ mi
(kái aw seh mee)
I feel awake.
Con cảm thấy
tỉnh táo.
(ekawng kảhm tháy
ting tów.)
MORE USEFUL WORDS
I feel tired.
Con cảm thấy mệt.
(kawng kảhm tháy meht.)
I feel happy.
Con cảm thấy hạnh phúc.
(kawng kảhm tháy hayng fook.)
dress
cái đầm
(kái duhm)
skirt
cái váy
(kái váy)
pants
cái quần dài
(kái kwahn zàhy)
shoes
giày
(zàhy)
socks
vớ
(vuh)

At School
Ở trường
(uh truoong)

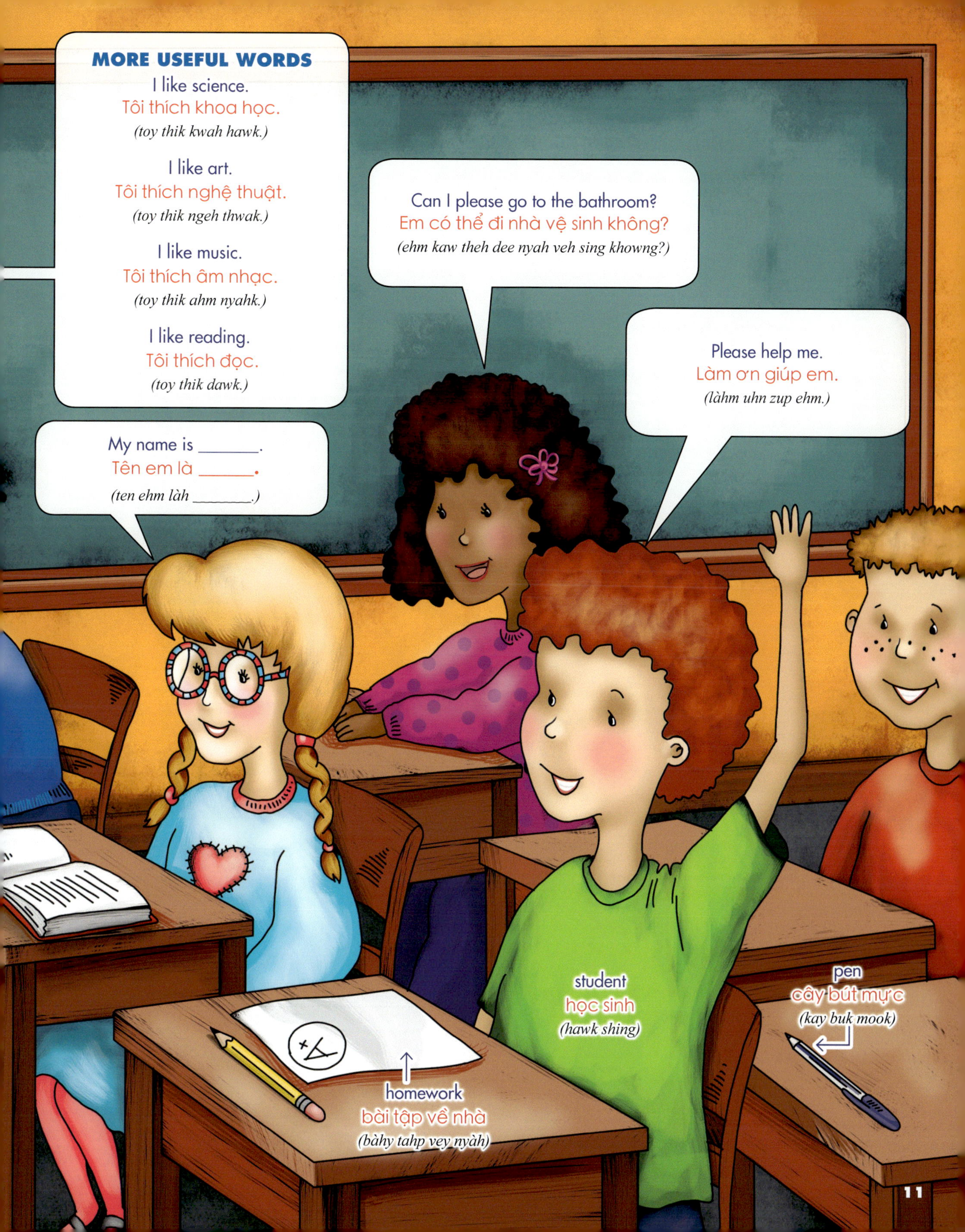

MORE USEFUL WORDS
I like science.
Tôi thích khoa học.
(toy thik kwah hawk.)
I like art.
Tôi thích nghệ thuật.
(toy thik ngeh thwak.)
I like music.
Tôi thích âm nhạc.
(toy thik ahm nyahk.)
I like reading.
Tôi thích đọc.
(toy thik dawk.)
Can I please go to the bathroom?
Em có thể đi nhà vệ sinh không?
(ehm kaw theh dee nyah veh sing khowng?)
Please help me.
Làm ơn giúp em.
(làhm uhn zup ehm.)
My name is ______.
Tên em là ______.
(ten ehm làh ______.)
student
học sinh
(hawk shing)
pen
cây bút mực
(kay buk mook)
homework
bài tập về nhà
(bàhy tahp vey nyàh)

At the Park
Ở công viên
(uh kowng veehn)

MORE USEFUL WORDS

game
trò chơi
(tràw choi)

sports
các môn thể thao
(kahk mon they thahw)

sun
mặt trời
(mak trehy)
swing
cái xích đu
(kái sik doo)
cloud
đám mây
(dáhm mey)
playground
sân chơi
(shun tshay)
slide
cái cầu tuột
(kái kaw tuat)
water
nước
(nuook)
pond
cái ao
(kái ow)
flower
bông hoa
(bowng hwah)
duck
con vịt
(kawn vik)

Around Town
Quanh thị trấn
(kwayng thee train)

MORE USEFUL WORDS

truck
xe tải
(seh tảhy)

train
xe lửa
(seh looah)

stop
dừng lại
(zung lahy)

go
đi
(dee)

In the Store
Trong cửa hàng
(chawng kooah hàhng)

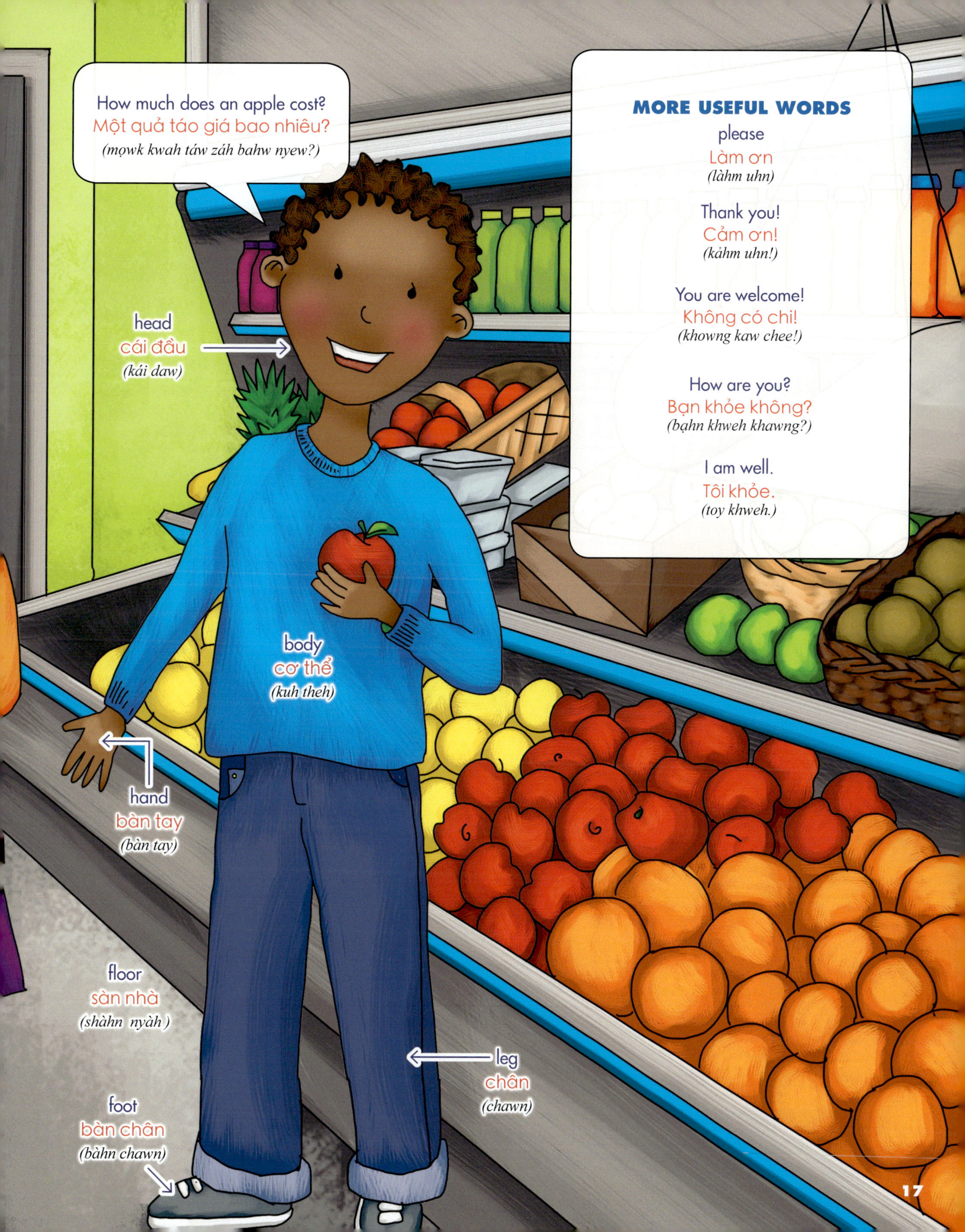

MORE USEFUL WORDS

please
Làm ơn
(làhm uhn)

Thank you!
Cảm ơn!
(kảhm uhn!)

You are welcome!
Không có chi!
(khowng kaw chee!)

How are you?
Bạn khỏe không?
(bạhn khweh khawng?)

I am well.
Tôi khỏe.
(toy khweh.)

My Birthday Party
Tiệc sinh nhật của tôi

(teeak sing ngaht kỏoah toy

MORE USEFUL WORDS

one	một	*(mọwk)*	eleven	mười một	*(muooy mọwk)*
two	hai	*(hi)*	twelve	mười hai	*(muooy hi)*
three	ba	*(bah)*	thirteen	mười ba	*(muooy bah)*
four	bốn	*(bón)*	fourteen	mười bốn	*(muooy bón)*
five	năm	*(nam)*	fifteen	mười lăm	*(muooy lam)*
six	sáu	*(sháw)*	sixteen	mười sáu	*(muooy sháw)*
seven	bảy	*(bảy)*	seventeen	mười bảy	*(muooy bảy)*
eight	tám	*(táhm)*	eighteen	mười tám	*(muooy táhm)*
nine	chín	*(jín)*	nineteen	mười chín	*(muooy jín)*
ten	mười	*(muooy)*	twenty	hai mươi	*(hi muooy)*

family
gia đình
(zah ding)
uncle
bác
(báhk)
aunt
cô
(koh)
Happy Birthday!
Chúc mừng sinh nhật!
(chook moong sing ngaht!)
I love you!
Ba yêu con!
(bah eeuw kawn!)
mother
mẹ
(meh)
father
ba
(bah)
cousin
anh em họ
(ayng ehm haw)
presents
những món quà
(nyoong mawn kwàh)

Time for Dinner
Đến giờ ăn tối
(den zeh ahn toy)

I can help you!
Con có thể giúp mẹ!
(kawng koh theh zúp meh!)
MORE USEFUL WORDS
food
thức ăn
(thook ahn)
breakfast
bữa ăn sáng
(boow ahn sháhng)
lunch
bữa ăn trưa
(boow ahn trooah)
refrigerator
cái tủ lạnh
(kái tỏo layng)
fruit
trái cây
(tráhy kay)
vegetables
rau
(raw)

At Night
Vào ban đêm

(vòw bahn deym)

MORE USEFUL WORDS

Today is Friday.
Hôm nay là thứ sáu.
(home nay làh thoo shaw.)

Yesterday was Thursday.
Hôm qua là thứ năm.
(home kwah làh thoo nam.)

Tomorrow is Saturday.
Ngày mai là thứ bảy.
(ngayee mahy làh thoo bay.)

Sunday
Chủ nhật
(choo nyahk)

Monday
Thứ hai
(thoo hi)

Tuesday
Thứ ba
(thoo bah)

Wednesday
Thứ tư
(thoo tuh)

MORE USEFUL WORDS

Yes
dạ
(dah)

No
không
(khong)

ten
mười
(muòy)

twenty
hai mươi
(hai muooy)

thirty
ba mươi
(bah muooy)

forty
bốn mươi
(bón muooy)

fifty
năm mươi
(nam muooy)

sixty
sáu mươi
(sháw muooy)

seventy
bảy mươi
(bảy muooy)

eighty
tám mươi
(tám muooy)

ninety
chín mươi
(jin muooy)

one hundred
một trăm
(mọwk tram)

January
Tháng một
(tháhng mọwk)

February
Tháng hai
(tháhng hi)

March
Tháng ba
(tháhng bah)

April
Tháng tư
(tháhng tuh)

May
Tháng năm
(tháhng nam)

June
Tháng sáu
(tháhng sháw)

July
Tháng bảy
(tháhng bảy)

August
Tháng tám
(tháhng táhm)

September
Tháng chín
(tháhng jín)

October
Tháng mười
(tháhng muooy)

November
Tháng mười một
(tháhng muooy mọwk)

December
Tháng mười hai
(tháhng muooy hi)

winter
mùa đông
(mooah dawng)

spring
mùa xuân
(mooah swun)

summer
mùa hè
(mooah heh)

fall
mùa thu
(mooah thoo)

good-bye!
Tạm biệt!
(tạhm biek!)